# VIETNAMESE-ENGLISH
# PHRASE BOOK

# VIETNAMESE-ENGLISH PHRASE BOOK OF EVERYDAY LANGUAGE

Compiled and translated by
## Le Ngoc Diep

Frederick Ungar Publishing Co.
New York

Copyright © 1975 by Frederick Ungar Publishing Co., Inc.
Printed in the United States of America
Library of Congress Catalog Card Number 75-27356
ISBN 0-8044-6392-1

# CONTENTS

# PREFACE

## LỜI TỰA

   Cuốn sách nhỏ này nhằm mục đích giúp
đỡ một cách từ tốn và thân hữu những
người Việt, vì lựa chọn hoặc vì hoàn cảnh
bắt buộc phải sống hòa mình theo điều kiện
sinh sống đặc biệt tại một quốc gia mới.
Mục tiêu của cuốn sách này là cung cấp,
dưới một hình thức tiện lợi, những loại câu
hỏi mà hầu hết những người Việt, nam giới
cũng như nữ giới đều muốn hỏi, và những
tin tức cần thiết cho đời sống hàng ngày.
   Với cuốn sách từ ngữ này bạn có thể học
cách hỏi thăm về các tiệm ăn, các tiệm
giặt ủi, nơi lãnh ngân phiếu, bằng tiếng
Mỹ thông dụng. Những từ ngữ này sẽ cho
bạn biết về cách tìm việc và tìm một căn

phòng để ở, ghi tên vào trường học và nhiều
lãnh vực quan trọng khác của đời sống hàng
ngày. Những bạn người Việt có hiểu biết về
tiếng Anh và chút ít vốn liếng sẽ nhận thấy
vài lảnh vực trong quyển này như khách sạn
và tiệm ăn, hữu ích hơn những người Việt
không biết tiếng Anh hoặc không có vốn
liếng riêng. Tin tức về bản hiệu, đơn vị đo
lường và những khía cạnh tương tự của đời
sống Mỹ cũng được đề cập đến. Để giúp độc
giả người Việt, lẻ dỉ nhiên suy nghỉ bằng
tiếng quốc ngủ, các từ ngủ hoặc câu hỏi
tiếng Việt được đặt để trước rồi mới tới
phần tiếng Anh tương đương.

    Cuốn sách từ ngủ này sẽ có giá trị hơn
nếu được dùng cùng với một phương cách
học hỏi khác, như sách văn phạm hoặc tự
điển có hai sinh ngủ; bạn không thể chỉ học
tiếng Anh bằng cách chỉ dùng cuốn sách
này không thôi. Nhưng cuốn sách này sẽ
cung cấp những từ ngủ ngắn thường dùng và
ít khi được đề cập đến trong các sách văn
phạm chuẩn định. Sách này làm sáng tỏ,
không những các từ ngủ dùng hàng ngày mà
còn làm sáng tỏ vài tình trạng thường
những người mới đến phải giải quyết.

Biên tập viên xin có lời cảm tạ nhân viên Tòa soạn đã góp phần vào việc xuất bản quyển sách này. Tất cả những người đã tham gia vào việc soạn thảo quyển sách này hy vọng rằng những câu hỏi và từ ngữ được cung hiện nơi đây sẽ giúp ích cho các bạn người Việt đang cố gắng, trong một hoàn cảnh khó khăn, tìm lối sống tại một quốc gia mới và xa lạ.

# PREFACE

This little book is intended to offer a
modest and friendly helping hand to those
Vietnamese who are adapting, by choice or
necessity, to the special conditions of life
in a new country. It aims to provide, in a
convenient form, the kinds of questions
that most Vietnamese men and women will
want to ask, and the information they will
need in everyday situations.

With this phrase book it will be possible,
for example, to learn how to inquire, in
colloquial English, about places to eat, to
do laundry, to cash checks. The phrases
will give hints on job hunting and apart-
ment seeking, on going to school and many
other important areas of daily life. Those

newcomers who have a little knowledge of
English and some personal resources will
find certain areas, such as hotels and
restaurants, of more immediate use than
will others. Added information is provided
on everyday signs, units of measurement,
and similar aspects of American life. To
help the reader who will naturally think in
his or her own language , the Vietnamese
phrase or question is given first, then
the English.

The phrase book will be most valuable
when it is used in conjunction with another
learning tool, such as a grammar or
bilingual dictionary; it is not intended to
teach English on its own. But it <u>will</u>
provide the little phrases that are most
commonly used and that are often ignored
in standard grammars. The book clarifies
not only many everyday phrases but also
some everyday situations in which new-
comers will find themselves.

The compiler expresses her appreciation
to the publisher's staff for their help on
this phrase book. All those involved in the
preparation of this volume hope that the

questions and phrases offered here will
be of value to those Vietnamese who are
trying, in a difficult situation, to find
their way in a land still new and strange.

# 1. AT HOME

| CĂN PHÒNG | APARTMENTS |
|---|---|
| Căn phòng bao lớn? | How large is the apartment? |
| Có tất cả mấy phòng trong căn phòng này? | How many rooms are there in the apartment? |
| Tiền thuê bao nhiêu? | How much is the rent? |
| Có gồm tiền hơi và điện không? | Are gas and electricity included? |

| | |
|---|---|
| Có nhiều trường công khá trong xóm không? | Are there good public schools in the neighborhood? |
| Có ô-tô-buýt hoặc tàu hầm gần đây không? | Is there a bus or subway nearby? |
| Thời hạn giao kèo là bao lâu? | How long is the lease? |
| Tôi có phải đóng tiền thế chân không? | Do I have to make a deposit? |
| Có cho trẻ con ở không? | Will they take children? |
| Có máy lạnh không? | Is there any air conditioning? |
| Có sân sau không? | Is there a backyard? |
| Có thang máy không? | Is there an elevator? |
| Dạ không, đây là thang đi bộ. | No, it's a walk-up. |

Căn phòng có bàn ghế hay không có bàn ghế?

Is it furnished or unfurnished?

Có cho nuôi thú vật trong nhà không?

Are pets allowed?

Chủ nhà có sơn phết căn phòng không?

Will the landlord paint the apartment?

Chúng ta cần cho tên những người quen biết.

We need to give references.

Tiền thuê nhà phải trả vào ngày đầu (mỗi tháng).

The rent is due on the first (of each month).

Chúng ta ở từng lầu thứ tư phía sau.

We're on the fourth floor, in the back.

## ĂN Ở NHA

## EATING AT HOME

Cả ngày nay tôi chưa ăn gì hết.

I haven't eaten a thing all day.

Tôi đói (khát).

I'm hungry (thirsty).

| | |
|---|---|
| Xin ông đưa cho lọ muối. | Would you pass the salt, please. |
| Ông uống tí rượu nhé. | Will you have some wine. |
| Uống một ly rượu với tôi đi. | Drink a glass of wine with me. |
| Chúng tôi không quen dùng đồ ăn nấu theo lối Mỹ. | We are not used to American-style food. |
| Chúng tôi ăn cơm và cá thật nhiều. | We eat a lot of rice and fish. |
| Tôi muốn ăn thử thịt bò chiên ép bánh mì. | I would like to try a hamburger. |
| Ông nấu gà cách nào? | How do you make the chicken? |
| Nướng, chiên, quay hay luộc? | Is it broiled, fried, roasted, boiled? |
| Chúng tôi không thích đồ ăn bỏ nhiều gia-vị. | We do not like it heavily seasoned. |

Tôi thích nấu ăn; mẹ tôi nấu ăn khéo.

I like to cook; my mother is a good cook.

Chúng ta sẽ nấu theo cách Việt-Nam.

We will prepare it Vietnamese-style.

Con cá có mùi vị thơm ngon.

The fish has an excellent flavor.

Chúng ta đi chơi rồi ăn cơm ngoài trời đi.

Let's go on a picnic.

Ăn cơm ngoài trời thật là thú vị.

Eating outdoors is fun.

Chúng tôi có thể nấu thịt gà được.

We can cook the chicken.

Trà uống được rồi.

The tea is ready.

## NHỮNG NGƯỜI TRONG NHÀ

## HOUSEHOLD

Để tôi rửa chén giúp cho.

Let me help wash the dishes.

| | |
|---|---|
| Xin làm giường đi. | Please make the bed. |
| Tấm nệm giường mềm quá. | The mattress is too soft. |
| Trẻ con ngủ ở đâu? | Where will the children sleep? |
| Chúng ta cần có một áo ngủ; một bộ đồ ngủ; áo dài choàng ngoài; đôi dép. | We need a night-gown; pajamas; a robe; slippers. |
| Tôi có thể ngủ trên ghế bố. | I can sleep on a cot. |
| Chúng tôi có thể giúp việc vặt trong nhà không? | Can we help around the house? |
| Tắm vòi nước (hoặc tắm bồn) và đánh răng đi. | Take a shower (or bath) and brush your teeth. |

| | |
|---|---|
| Hôm nay chúng ta phải thay ra trải giường. | Today we should change the bed-sheets. |
| Có tiệm giặt máy gần đây không? | Is there a laundro-mat nearby? |
| Xin đem bỏ giặt máy cái áo sơ-mi của tôi. | Please take my shirts to the laundry. |
| Chừng nào tôi lấy đồ giặt được? | When will I get the laundry back? |
| Bỏ mấy cái áo sơ-mi dơ của ông vào máy giặt đi. | Put your dirty shirts into a washing machine. |

## MUA ĐỒ ĂN

## MARKETING FOR FOOD

| | |
|---|---|
| Tiệm bán thực phẩm hay siêu thị gần nhứt ở đâu? | Where is the nearest grocery or supermarket? |
| Thịt và gà ở đâu? | Where are the meats and poultry? |

| | |
|---|---|
| Tôi không hiểu bảng hiệu này. Gói này bao nhiêu? | I do not understand this sign. How much is this package? |
| Gạo ở đâu? | Where can I find rice? |
| Ong có cỡ (hoặc hộp) lớn hơn không? | Do you have large sizes (or boxes)? |
| Ong có giá đặc biệt (giá hạ) về rau cải không? | Is there a special (sale) on vegetables? |
| Cho tôi nửa pound (hai pounds, một phần tư) 1 pound = đơn vị cân của Mỹ 453 gờ-ram 60. | Please let me have a half pound (two pounds, a quarter of a pound). |
| Chỗ kiểm hàng để trả tiền ở đâu? | Where is the check-out counter? |
| Có thể cho tôi một túi giấy đựng đồ không? | Can I have a shopping bag? |

Ong có người giao hàng không? Phí tổn bao nhiêu?

Do you make deliveries? What is the charge?

Tôi nghỉ ông đã tính nhầm về món hàng đó.

I think you may have overcharged on that item.

Tôi mua ba chai soda, không phải bốn.

I have three bottles of soda, not four.

## MUA ĐỒ

## SHOPPING

Khi nào tiệm mở cửa?

When does the store open?

Ong mở cửa tiệm tới mấy giờ?

How late do you remain open?

Cái gì đó?

What is that?

Loại áo gì đó?

What kind of dress is that?

Tôi có thể mạc thử không?

May I try it on?

Phải sửa lại cho
rộng hơn (hẹp hơn).

It must be made
wider (narrower).

Phải sửa lại cho
ngắn hơn (dài hơn).

It must be shortened
(made longer).

Tôi muốn cái váy
phùng rộng hơn.

I want the skirt
fuller.

Chỗ này không vừa
(ở eo bụng).

It doesn't fit here
(at the waist).

Có làn xếp.

It wrinkles.

Xem may xấu như
thế này.

See how badly
that is made.

Tay áo quá dài
(quá ngắn).

The sleeves are
too long (too short).

Tôi đang tìm một
cái cà-vạt đẹp.

I'm looking for a
nice tie.

Tôi thích cái này.

I like this one.

Tôi thích cái đó
hơn.

I like that one
better.

| | |
|---|---|
| Cái này giá bao nhiêu? | How much does it cost? |
| Mắc quá. | That is too expensive. |
| Ong có cái nào rẻ hơn không? | Do you have anything less expensive? |
| Tôi muốn mua một cái đồng hồ. | I want to buy a watch. |
| Hiện giờ tôi không muốn mua gì cả. | I don't want to buy anything now. |
| Tôi chỉ nhìn xem thôi. | I'm just looking (around). |
| Tôi muốn một cái bằng vải (len, ni-long). | I want one in cotton (wool, nylon). |
| Tôi muốn thử những cái này. | I'd like to try them on. |
| Phòng thử quần áo ở đâu? | Where is the fitting room? |

| | |
|---|---|
| Cái đó để làm gì? | What is that for? |
| Ong tính bao nhiêu mỗi món hàng? | How much do you charge for each item? |
| Có tính những món này chung làm một không? | Do these count as one? |
| Có thể trả lại được không? | Is it returnable? |
| Bao nhiêu tiền? | How much will it be? |
| Có phải ông tính giá hạ rồi không? | Is that your best price? |
| Quá mắc. | That is too much. |
| Tôi có thể mua chịu không? | Can I buy this on time? |
| Tiền lãi phải trả là bao nhiêu? | What are the interest charges? |
| Xin gói lại. | Please wrap it. |

| | |
|---|---|
| Ông đã làm hóa đơn cho chúng tôi chưa? | Have you made out our bill? |
| Tôi không có tiền lẻ. | I don't have any change. |
| Ông có thể cho tôi biên nhận không? | Could I have a receipt for it? |

## THÌ GIỜ / TIME

| | |
|---|---|
| Chúng ta để đồng hồ reo vào 7 giờ sáng đi. | Let's set the clock for 7 o'clock. |
| Chúng ta cần có một đồng hồ reo. | We need an alarm clock. |
| Ông có nhớ để đồng hồ reo không? | Did you remember to set the alarm? |
| Đừng quên lên dây đồng hồ. | Don't forget to wind the clock. |

| | |
|---|---|
| Hôm nay bắt đầu kéo đồng hồ<br>-lùi một tiếng (vào mùa Thu)<br>-tới một tiếng (vào mùa Xuân). | Daylight-Saving Time starts today. |
| Ở đây theo giờ miền Đông (miền Trung, miền núi, miền Thái Bình Dương). | We are on Eastern Standard (Central Standard, Mountain Standard, Pacific Standard) time. |
| Chiều mai. | Tomorrow evening. |
| Sáng nay. | This morning. |
| Tối nay. | Tonight. |
| Trưa hôm qua. | Yesterday afternoon. |
| Mấy giờ rồi? | What time is it? |
| Tám giờ thiếu mười. | It is ten minutes of eight. |
| Sáu giờ rưỡi. | It is half past six. |

| | |
|---|---|
| Bảy giờ thiếu mười lam. | It is a quarter of seven. |
| Khoảng giữa nam và sáu giờ. | Between five and six o'clock. |
| Lúc 5 giờ chiều. | At 5 P. M. |
| Mấy giờ có lễ nhà thờ ? | What time is mass (the service)? |
| Mấy giờ rồi ? | What is the time? |
| Đồng hồ vừa đánh nam giờ. | It has just struck five. |
| Đồng hồ của tôi chạy sớm (chạy trể). | My watch gains (loses). |
| Đồng hồ chạy đúng giờ. | It keeps very good time. |
| Đồng hồ của tôi chạy sớm (chạy trể) nam phút. | My watch is five minutes fast (slow). |

# 2. JOB HUNTING

| TÌM VIỆC | JOB HUNTING |
|---|---|
| Ở đấy có việc làm không? | Is there an opening here? |
| Tôi có thể làm đơn xin việc không? | Can I get an application? |
| Có việc ở mục Cần Người làm (của một tờ báo). | There is a job in the Help Wanted section (of a newspaper). |
| Cần phải có kinh nghiệm. | It requires experience. |

Tôi là người thợ máy (người bán hàng, người làm vườn, giáo viên) có kinh nghiệm.

I am an experienced mechanic (salesman, gardener, teacher).

Tôi không có (có chút ít) kinh nghiệm.

I have no (little) experience.

Lương bao nhiêu?

What is the salary?

Làm việc bao nhiêu giờ?

What are the hours?

Có trả tiền giờ làm phụ trội không?

Is there any over-time?

Tôi có thể bắt đầu ngay (vào tuần sau).

I can start imme-diately (next week).

Tôi sẵn lòng bắt đầu như người tập nghề.
 với một số lương ít ỏi.
 ở trật thấp kém.

I am willing to start as an apprentice.
 at a small salary.
 at the bottom.

Tôi học (nghề) thật nhanh.

I learn (a job) quickly.

| | |
|---|---|
| Tôi có thể cho tên những người quen biết tôi. | I can supply character references. |
| Chỗ làm sau cùng của tôi là . . . . | My last job was . . . . |
| Tôi là một người làm việc giỏi (chăm chỉ, tín cẩn). | I am a good (steady, dependable) worker. |
| Tôi có cần thư giới thiệu không? | Do I need a letter of recommendation? |
| Những chi tiết nào cần được ghi vào bản tóm lược cá nhân. | What details should I put in a resumé? |
| Ở đâu tôi có thể in bản tóm lược cá nhân với giá rẻ? | Where can I have my resumé printed inexpensively? |
| Tôi sẽ đến ghi tên tại phòng tìm việc. | I will sign up with an employment agency. |

Họ sẽ lấy một phần suất trên lương của tôi trong bốn tuần lễ.

They will take a percentage of my salary for four weeks.

Phòng tìm việc có nhiều việc làm khỏi cho tiền (tiền hoa hồng do chủ nhân trả).

The agency has many jobs fee paid (by employer).

# 3. TRANSPORTATION

| HỎI ĐƯỜNG LỐI | ASKING DIRECTIONS |
|---|---|
| Tôi có thể tìm ... ở đâu? | Where can I find out about ...? |
| Ông muốn đi đâu? | Where do you want to go? |
| Nhà ga ở bao xa? | How far is it to the station? |
| Có tiệm ăn nào ở trong nhà ga không? | Is there a restaurant in the station? |

| | |
|---|---|
| Lối nào đi ... ? | Which is the way to ... ? |
| Cách đây mấy phố? | How many blocks away is it? |
| Cách đây không xa lắm. | It's not far from here. |
| Phố nào là phố thương mãi chánh? | Which is the principal shopping street? |
| Đường này đi đến đâu? | Where does this road (street) lead to? |
| Tôi có thể đi ô-tô-buýt không? | Can I take the bus? |
| Có phải đây là đường đi tới ... không? | Is this the right way to ... ? |
| Ở đâu có tiệm ăn ngon? | Where is a good restaurant? |
| Tòa nhà gì đấy? | What building is this? |

| | |
|---|---|
| Xe ô-tô-buýt này đi tới nhà ga không? | Does the bus go to the station? |
| Xin ông cho tôi biết xuống ở đâu? | Please tell me where to get off. |
| Cước phí bao nhiêu? | How much is the fare? |
| Còn bao xa tới ...? | How far is it to...? |
| Làm sao đi đến khu thương mãi? | How do I get to the shopping center? |
| Điện thoại (nhà tám) ở đâu? | Where is the telephone (the bathroom)? |
| Độ chừng bao lâu? | How long will it take? |
| Có cửa hàng lớn nào trên đường Main Street không? | Is there a department store on Main Street? |
| Ông có thể cho tôi biết đường đi tới nhà ga không? | Can you tell me the way to the station? |

| | |
|---|---|
| Chúng ta ở đâu thế? | Whereabouts are we? |
| Chúng ta đi gần tới đó chưa? | Are we almost there? |
| Tôi có thể đi bộ hay phải đi xc tắc-xi? | Can I walk or must I take a cab? |
| Ở đâu chúng tôi có thể mua đồ để an, (uống)? | Where can we get something to eat, (drink)? |
| Nhà vệ sinh cho phái nam ở đâu? | Where is the men's room? |
| Nhà vệ sinh cho phái nử ở đâu? | Where is the ladies room? |
| Nhà vệ sinh ở đâu? | Where is the restroom? |
| Chúng tôi có thể lấy ô-tô-buýt ở đây không? | Can we get the bus here? |

| | |
|---|---|
| Chúng tôi có phải theo đường này để tới ... không? | Should we follow this road to get to ... ? |
| Chúng tôi quẹo tay phải hay tay trái tại ngả rẻ tới? | Do we turn right or left at the next crossroad? |
| Chúng tôi có phải đi thẳng tới cuối đường không? | Do we go on straight to the end of the street? |
| Chúng tôi cứ đi thẳng chú? | Shall we keep straight on? |

## XE HƠI / AUTOMOBILES

| | |
|---|---|
| Có thể thuê một chiếc xe hơi không? | Is it possible to rent a car? |
| Tôi có thể để chiếc xe hơi ở đây không? | Can I leave my car here? |
| Tôi muốn để chiếc xe hơi của tôi vào ga-ra một đêm. | I want to garage my car for a night. |

| | |
|---|---|
| Tôi bị bể bánh xe. | I have a flat (tire). |
| Có thợ máy ở đó không? | Is there a mechanic there? |
| Bánh xe tôi bị thủng. Ông có thể sửa chửa được không? | I have a puncture. Can you mend it? |
| Sửa chửa độ bao lâu? | How long will it take to fix? |
| Tôi có cần một bánh xe mới không? | Do I need a new tire? |
| Cái thắng xe cần được điều chỉnh. | The brakes need adjusting. |
| Chiếc xe hơi chạy không được tốt. | The car doesn't run properly. |
| Xin ông xem có hư hỏng gì không. | Please examine it. |
| Xe chạy không được tốt. | It is not running properly. |

| | |
|---|---|
| Bình chứa điện bị hỏng. | The battery is dead. |
| Sạt bình chứa điện. | Charge the battery. |
| Xin xem những cái bu-di. | Please check the spark plugs. |
| Đổ cho đầy đi. | Fill'er up. |
| Tôi cần dầu nhớt. | I need some oil. |
| Máy có cái gì hư hỏng. | There is something wrong with the motor. |
| Ong có thể sửa chửa để chạy tạm được không? | Can you fix it temporarily? |
| Tôi muốn thay dầu nhớt. | I want the oil changed. |

# 4. PUBLIC AND PERSONAL SERVICES

KHÁCH SẠN

Chúng tôi có giữ
phòng rồi.

Chúng tôi muốn một
phòng có hai giường.

Ông có phòng cho
thuê không?

Ông có phòng
với buồng tắm
không?

HOTELS

We have a
reservation.

We prefer a room
with twin beds.

Have you any
rooms available?

Have you a room
with bath?

| | |
|---|---|
| Ong có phòng rẻ hơn không? | Do you have anything less expensive? |
| Chúng tôi chỉ ở độ ba ngày. | We shall stay for only three days. |
| Giá thuế phòng (mỗi ngày) là bao nhiêu? | What is the (daily) rate for the room? |
| Chúng tôi thuê phòng đó. | We'll take the room. |
| Đem hành lý vào phòng tôi đi. | Take the luggage into my room. |
| Tôi muốn có thêm một cái gối nửa. | I should like another pillow. |
| Tôi muốn có thêm một cái mền nửa. | I would like another blanket. |
| Không có nước nóng. | There is no hot water. |
| Cho chúng tôi thêm vài cái khan lau nhé? | Could we have some more towels? |

| | |
|---|---|
| Ở đâu đánh bóng giày ? | Where can I have my shoes shined ? |
| Xin cho tôi phòng tiện-ích. | Room service, please. |
| Có thư từ gì của tôi không ? | Is there any mail for me ? |
| Có thư tín hoặc gói đồ gì của tôi không ? | Are there any messages or packages for me ? |
| Tôi muốn gặp ông Quản Lý. | I would like to see the manager. |
| Xin gọi tôi vào lúc bảy giờ. | Please call me at seven. |
| Ăn sáng, (ăn trưa, uống trà, ăn tối) vào mấy giờ ? | What time do they serve breakfast, (lunch, tea, dinner) ? |
| Tôi có thể cho tiền thưởng thêm hay là sẽ tính vào phí tổn tiện-ích ? | Do I tip or is there a service charge ? |

Xin cho tôi phiếu
trả tiền?

May I have my
bill?

## TIỆM ĂN

## RESTAURANTS

Xin cho tôi thực đơn.

Please bring me
the menu.

Hôm nay có món ăn
gì đặc biệt?

What is your
special for today?

Xin dọn ăn nhanh lên,
chúng tôi còn phải
bắt kịp tàu hỏa.

Please serve us
quickly, we have
to catch a train.

Tôi thích ăn hơi sống,
(vừa, thật chín).

I like it rare,
(medium, well done).

Cho tôi trà và các
ông kia cà-phê.

I'll have tea, and
the others coffee.

Đem cho chúng tôi
cà-phê và đồ ăn tráng
miệng.

Bring us the coffee
with the dessert.

| | |
|---|---|
| Xin đem thật nhiều bánh mì ổ tròn và bơ. | Please bring plenty of rolls and butter. |
| Xin cho thêm bánh mì. | Some more bread, please. |
| Có mật ong và mứt dâu tây không? | Have you any honey or strawberry jam? |
| Xin cho một ly nước không có đá. | A glass of water, please, no ice. |
| Xin đừng cho nước sốt để trộn (xà lách). | No (salad) dressing, please. |
| Cho chúng tôi tương hột cải nhé. | We would like some mustard. |
| Ông muốn thêm một tách cà-phê nửa không? | Would you like another cup of coffee? |
| Xin cho thêm chút kem. | A little more cream, please. |
| Ông ăn gì để tráng miệng? | What have you for dessert? |

| | |
|---|---|
| Ong dùng đồ an tráng miệng không? | Will you have dessert? |
| Thưa không, cám ơn, tôi dùng đủ rồi. | No, thank you, I have had enough. |
| Cho tôi phiếu trả tiền. | The check, please. |
| Có gồm tiền thưởng người hầu bàn không? | Is the tip included? |

| | |
|---|---|
| GIẶT ỦI VA SỬA CHỮA | CLEANING AND REPAIR |
| Xin bỏ giặt những áo này. | Please take these dresses to be cleaned. |
| Tôi muốn những quần nầy được ủi. | I'd like these pants pressed. |
| Có phải không bị co rút không? | Is it preshrunk? |
| Có bị co lại không? | Does it shrink? |

| | |
|---|---|
| Có phải giặt mau khô không? | Is it drip-dry? |
| Có phải khỏi cần ủi không? | Is it permanent press? |
| Có phải giặt và mặc không? | Is it wash and wear? |
| Ông có sửa chửa áo quần không? | Do you make alterations? |
| Tôi có ít đồ bỏ giặt. | I have some things for the laundry. |
| Xin đừng hồ bâu áo. | No starch in the collars, please. |
| Đồng hồ của tôi không chạy. | My watch has stopped. |
| Đồng hồ của tôi cần được chùi dầu. | My watch needs cleaning. |
| Xin sửa chửa lại cho đúng. | Please regulate it. |

Cái móc đồng hồ bị gảy ; không đóng cái nắp vỏ lại được.

The catch has broken ; I cannot shut the case.

Giày của tôi cần được đóng gót mới.

I need new heels on my shoes.

Ông có thể sửa chữa cái bóp rách của tôi không?

Can you repair this torn handbag?

## TIỆM UỐN TÓC VÀ TIỆM HỚT TÓC

## HAIRDRESSERS AND BARBERS

Tôi muốn gội đầu và làm tóc.

I would like to have my hair washed and set.

Tôi muốn hớt tóc.

I want a haircut.

Đừng hớt nhiều.

Don't cut off too much.

Tôi có phải chờ lâu không ?

Will I have to wait long?

| THƠ TỪ | MAIL |
|---|---|
| Tôi bỏ những thư này ở đâu? | Where can I mail these letters? |
| Thơ đã sẵn sàng để gởi bưu điện chưa? | Is your letter ready for the post (office)? |
| Tôi mua tem ở đâu? | Where can I get stamps? |
| Người đưa thơ đến lối 11 giờ sáng. | The mailman comes about 11 a.m. |
| Ong phải trả tiền tem dán thiếu. | There was postage due. |
| Thơ bị hoàn lại với dấu "không có tại địa chỉ này" (không biết địa chỉ). | The letter came back stamped "not at address given" (address unknown). |
| Tôi muốn gởi bảo đảm gói đồ này. | I want to register this parcel. |

| | |
|---|---|
| Tôi lại của ghi-sê nào? | Which window do I go to? |
| Tiền tem gởi thơ đi Âu Châu là bao nhiêu? | What is the postage on a letter to Europe? |
| Tiền tem gởi thơ đi Pháp bằng máy bay là bao nhiêu? | What is the airmail postage for a letter to France? |
| Tôi muốn gởi một ít tiền đi Pháp. | I want to send some money to France. |
| Thơ bảo đảm là bao nhiêu? | How much is a registered letter? |
| Tôi lảnh (mua) lệnh phiếu ở đâu? | Where do I cash (buy) money orders? |
| Tôi không có tiền lẻ trong người. | I have no change on me. |
| Thơ này gởi bằng máy bay. | This letter is to go by airmail. |

| | |
|---|---|
| Thơ này gởi đường thủy phải không? | Will this letter go surface mail? |
| Thơ lưu-trí ở đâu? | Where is the General Delivery? |
| Mấy giờ thì phát thơ? | At what time is mail delivery? |
| Và khi nào thì lấy thơ? | And when is it collected? |
| Ông đã dán thơ chưa? | Have you sealed your letter? |
| Nếu tôi gởi thơ này bằng máy bay ngày mai sẽ tới đó không? | Will this letter get there tomorrow if I send it (by) airmail? |
| Thơ này có cân quá nặng không? | Does this letter weigh too much? |
| Bao giờ đến kỳ lấy thơ kế tiếp? | When is the next collection? |

Chiều nay còn một
kỳ phát thơ nửa.

There is another
delivery this
afternoon.

TIỀN TỆ VA
NGAN HANG

MONEY AND BANKS

Tôi đổi giấy bạc
mười mỹ kim ở đâu?

Where can I get
change of ten
dollars?

Đưa tôi một ít tiền
lẻ.

Give me some
small change.

Tôi muốn đổi một
ít tiền.

I should like to
change some money.

Hối xuất là bao
nhiêu?

What is the rate
of exchange?

Tôi muốn mở một
chương mục tiết
kiệm.

I would like to
open a savings
account.

Tiền lãi là bao
nhiêu?

How much interest
will I get?

Vợ tôi và tôi có
một chương mục
chung.

My wife and I
have a joint
account.

Mẫu giấy để bỏ
tiền ở đâu?

Where are the
deposit slips?

Tôi phải điền vào
mẫu giấy nào để
rút tiền ra?

What form do I
fill out for a
withdrawal?

Tôi muốn xin vay
tiền.

I would like to
apply for a loan.

Tôi muốn xin
  - vay cá nhân
  - vay để làm ăn.

I would like to apply
for a personal loan.
  - a business loan.

Ở đây có chương
mục vãng lai không?

Do you have
checking accounts?

Xin cho tôi biết
điều kiện về tồn
ngân tối thiểu.

Please explain the
requirements for
a minimum balance.

| | |
|---|---|
| Xin viết ngân phiếu (lệnh phiếu) cho... | Please make out a bank check (money order) to ... |
| Phí tổn về ngân phiếu là bao nhiêu? | What is the charge for the checks? |
| Tôi muốn xin thẻ mua chịu ở đâu? | Where can I apply for a credit card? |
| Chương mục tiết kiệm có được bảo đảm không? | Are savings account guaranteed against loss? |
| Dạ có, chương mục tiết kiệm được bảo đảm tới mức tối đa 40.000 mỹ kim. | They are insured against loss up to $40,000. |

## ĐIỆN THOẠI

## TELEPHONE

| | |
|---|---|
| Tôi có thể gọi điện thoại ở đâu? | Where can I make a telephone call? |
| Có phòng điện thoại không? | Is there a telephone booth? |

| | |
|---|---|
| Điện thoại viên, xin cho tôi số ... | Operator, please get me number ... |
| Tôi không biết rõ cách quay số điện thoại. | I'm not sure how to dial the number. |
| Xin cho tôi gọi đi xa. | Please give me Long Distance. |
| Xin nói to hơn; đường dây xấu. | Please speak louder we have a bad connection. |
| Tôi muốn gọi xin (để người được gọi trả tiền) cho ... | I would like to place a collect call to ... |
| Tôi muốn nói chuyện với ... | I'd like to speak to ... |
| Tôi đang nói chuyện với ai đây? | Whom am I speaking to? |
| Tôi có thể nói chuyện với Ong Smith không? | Can I speak to Mr. Smith? |

| | |
|---|---|
| Xin giữ đường dây (điện thoại). | Stay on the (telephone) line. |
| Xin đừng gát máy. | Don't hang up. |
| Xin giữ máy. | Hold the wire. |
| Quay số này. | Dial this number. |
| Cho tôi nói chuyện với Ong Brown nhé? | Could I talk to Mr. Brown? |
| Ong còn giữ máy không? | Are you still on the line? |
| Tôi có thể gọi ông ấy ở số điện thoại nào? | At what number can I reach him? |
| Đường dây bận. | The line is busy. |
| Thử gọi lại số của ông ta. | Try his number again. |
| Ong gọi lầm số. | You have a wrong number. |

| | |
|---|---|
| Nói với ông ta là Ông Nam gọi. | Tell him Mr. Nam called. |
| Tôi sẽ gọi lại. | I will call again. |
| Tôi có thể để thơ tín lại không? | May I leave a message? |
| Ông ta có để thơ tín gì lại không? | Did he leave any message? |
| Nói với ông ta chờ một lát. | Tell him to wait a moment. |
| Điện thoại ông số mấy? | What is your phone number? |
| Phí tổn về ....là bao nhiêu? | What is the charge for ....? |

# 5. FAMILY

| | |
|---|---|
| BÁC SĨ VA NHA SĨ | DOCTORS AND DENTISTS |
| Làm ơn gọi bác sĩ. | Please call a doctor. |
| Tôi không được mạnh. | I don't feel well. |
| Bác sĩ khám bịnh vào những giờ nào? | When does the doctor have office hours? |
| Xin ông định ngày giờ cho tôi gặp bác sĩ. | I would like to make an appointment, please. |

| | |
|---|---|
| Tiền khám bịnh là bao nhiêu? | How much does the doctor charge? |
| Tôi bị cảm hôm qua. | I caught a cold yesterday. |
| Tôi bị cảm đã mấy ngày rồi. | I have had a cold for several days. |
| Tôi bị vết phỏng (vết bầm). | I have a burn ( a bruise ). |
| Họng (tai) tôi đau. | My throat (ear) hurts. |
| Tôi đau cuống họng. | I have a sore throat. |
| Tôi thở rất khó khăn. | It's hard to breathe. |
| Tôi ho nhiều. | I cough a lot. |
| Tôi bị đau ở bao tử. | I have a stomach ache. |
| Tôi bị đau ở vai. | I have a pain in my shoulder. |

| | |
|---|---|
| Mắt cá của tôi bị gảy. | I have a broken ankle. |
| Tôi chóng mặt. | I'm dizzy. |
| Tôi bị sốt (ớn lạnh). | I have fever (chills). |
| Lưng tôi bị đau. | My back hurts. |
| Bàn tay tôi bị nứt da và đau nhứt. | My hands are chapped and sore. |
| Tôi không thể nào ngủ được vì đau nhứt. | I can't sleep because of the pain. |
| Lưng tôi bị sạm nắng nhiều. | My back is badly sunburnt. |
| Tôi không có bị nóng sốt. | I don't have any temperature (fever). |
| Ông có thể cho tôi thuốc gì để trị nhảy mủi (táo bón, đi tả) không? | Can you give me something for hay fever (constipation, diarrhea)? |

Tôi có mua toa thuốc này tại dược phòng được không?

Will I get this prescription filled at the drugstore?

Tôi phải uống thuốc mấy lần?

How often should I take the medicine?

Cho tôi một ít bông gòn.

Give me some cotton.

Tôi muốn át-pi-rinh (rượu cồn).

I want aspirin (rubbing alcohol).

Tôi có thể đi đứng hay phải nằm giường?

Can I get up or must I stay in bed?

Tôi có phải đi bịnh viện không?

Do I have to go to the hospital?

Ông chích cho tôi một mũi thuốc được không?

Will you give me an injection?

Ông có thể giới thiệu tôi một nha sĩ không?

Can you recommend a dentist?

| | |
|---|---|
| Tôi cần trám cái rang. | I need a filling. |
| Đây là cái rang đau. Đau nhút làm tôi phát điên. | This is the tooth that hurts. The pain is driving me crazy. |
| Tôi làm gảy một cái rang. | I have broken a tooth. |
| Rang tôi cần mấy cái trám ? | How many fillings will I need? |
| Nướu rang tôi bị chảy máu. | My gums are bleeding. |
| Hàm tôi bị đau. | My jaw aches. |
| Tôi bị đau ở hàm trên phía mặt, hàm dưới phía trái. | The pain is in the upper right, lower left. |
| Xin đối xử tử tế. | Please be gentle. |
| Tôi rất thoải mái. | I have been very comfortable. |

Hôm nay tôi đỡ
bịnh, cám ơn.

I am better today,
thank you.

Tôi chắc sẽ được
bình phục.

I think I'll be all
right again.

## ĐI HỌC

## GOING TO SCHOOL

Chừng nào chúng tôi
có thể ghi tên cho
trẻ con đi học?

When can we
register the children
for school?

Chuẩn bị để nhập
học đi.

Get ready for
school.

O-tô-buýt của
trường đã tới.

Here is the
school bus.

Đừng quên đem
gói đồ ăn trưa.

Don't forget your
lunch box.

Gài nút (hoặc kéo
zipper) áo mặc
mùa đông đi.

Button (or zip up)
your snowsuit.

| | |
|---|---|
| Đã làm xong bài làm chưa? | Have you done your homework? |
| Ông cần có hai quần jean mới để đi học. | You need a new pair of jeans for school. |
| Tôi muốn học anh ngữ lớp cho người lớn. | I would like to study English in an adult class. |
| Có mấy học trò trong lớp? | How many pupils are there in the class? |
| Chúng tôi (chúng nó) đã học toán pháp tại Việt Nam. | We (they) studied arithmetic in Viet Nam |
| Chúng nó học giỏi. | They are good students. |
| Tôi hy vọng ông sẽ được một thẻ học bạ tốt. | I hope you get a good report card. |

| | |
|---|---|
| Nếu ông không hiểu xin hỏi giáo viên. | Ask the teacher if you do not understand. |
| Chúng tôi có thể tìm người dạy riêng để học tiếng (Mỹ) không? | Can we get a tutor to help us with the language? |
| Ong phải học để ngày mai thi trắc nghiệm. | You must study for your test tomorrow. |

| | |
|---|---|
| TRỞ NGẠI VỀ NGÔN NGỮ | LANGUAGE DIFFICULTIES |
| Ong gọi cái này tiếng Anh là gì? | What do you call it in English? |
| Cái này nói tiếng Anh như thế nào? | How do you say it in English? |
| Tôi nói một ít tiếng Anh, nhưng không giỏi lắm. | I speak some English, but not very well. |

| Tôi không hiểu ông. | I did not understand you. |
|---|---|
| Xin ông nói chậm hơn. | Could you speak slower, please. |
| Ong đọc chử này như thế nào? | How do you pronounce this word? |
| Xin ghi chép dùm tôi (trên bản đen, trên tập giấy). | Write it down for me (on the blackboard, on the notepad). |
| Xin ông sửa chửa dùm khi nào tôi có lầm lẫn. | Please correct me when I make a mistake. |
| Tôi đánh vần chử này đúng không? | Do I spell this word correctly? |
| Xin đánh vần chử đó dùm tôi. | Please spell it for me. |
| ... Có nghĩa là gì? | What does ... mean? |

Tôi đang học tập
để trau dồi anh ngữ.

I am studying to
improve my
English.

Tôi ráng nói
tiếng Anh mỗi ngày.

I try to speak
English every day.

Ông khuyên tôi
nên đọc những
sách, tài liệu,
tạp chí nào?

What books,
records,
magazines do
you recommend?

# 6. RECREATION AND TRAVELING

| VÔ TUYẾN TRUYỀN HÌNH VÀ TRUYỀN THANH | TELEVISION AND RADIO |
|---|---|
| Tôi muốn nghe ra-dô. | I would like to listen to the radio. |
| Ông đạn ra-dô dùm nhé? | Would you turn on the radio? |
| Máy ra-dô tran-si-to của tôi cần có một cái bin mới. | My transistor radio needs a new battery. |

| | |
|---|---|
| Tắt ti-vi đi. | Turn off the television (TV). |
| Ong có ti-vi màu không? | Do you have color television? |
| Ong làm ơn đặn nhỏ hơn nhé? | Could you please turn it down? |
| Có mấy bang tầng trên ti-vi? | How many channels can we get on television? |
| Am thanh không rõ; hính ảnh lờ mờ. | The sound is fuzzy; the picture is not clear. |
| Chúng tôi có một ti-vi mang đi được. | We have a portable television set. |
| Có sự bảo đảm nào cho máy nầy không? | Is there a warranty with this set? |

## HÍ VIỆN VA RẠP HÁT

## THEATER AND MOVIES

Nhạc kịch nào được trình diển tối nay?

What opera is being given tonight?

Tối nay có buổi hòa nhạc không?

Will there be a concert tonight?

Tôi muốn một chỗ ở hàng đầu (chính giữa)

I want a seat in the first row (in the center).

Đang có cái gì?

What's on?

Đang trình diển gì đây?

What is being shown?

Chúng tôi có phải an mạc chỉnh tề không?

Do we have to dress?

Vé vô cửa bao nhiêu?

How much are the tickets?

Ong còn chỗ ngồi
cho buổi hòa nhạc
tối nay không?

Do you have seats
for tonight's
concert?

Tôi muốn hai
chỗ ở bao lơn.

I'd like two
balcony seats.

Tôi muốn giữ hai
chỗ vào xuất hát
buổi sáng thứ Bảy.

I want to reserve
two seats for the
Saturday matinée.

Xin bán cho tôi
hai vé.

Please give me
two tickets.

Phải chỗ ngồi
ở chính giữa không?

Are they in the
center?

Có xuất hát buổi
trưa không?

Is there an
afternoon perfor-
mance?

Chừng nào bắt
đầu diễn?

When does it start?

Có thể vô cửa
miễn phí không?

Can you get in
free?

| | |
|---|---|
| Chúng ta đến quá trễ. | We are very late. |
| Màn hát sẽ bắt đầu trong vài phút. | The show will be on in a few minutes. |
| Chúng ta có thể gởi áo ở phòng ngoài. | We can check our coats. |
| Những ghế này ở đâu? | Where are these seats? |
| Những ghế này tốt không? | Are these good seats? |
| Người dẫn chỗ trong rạp hát sẽ đưa cho chúng ta một chương trình. | The usher will give us a program. |
| Ong có ua thích không? | Are you enjoying yourself? |
| Khi nào giảng hát? | When will it be over? |

| | |
|---|---|
| Chúng ta làm gì hôm nay? | What shall we do today? |
| Chúng ta đi xem hát bóng đi. | Let's go to the movies. |
| Ong có thích đi xem hát bóng tối nay không? | How would you like to go to the movies tonight? |
| Có phim hát bóng nào hay không? | Are there any good movies showing? |
| Mấy giờ phim hát bóng bắt đầu? | What time does the movie start? |
| Tài tử nào đóng trong phim? | Who's playing in the movie? |
| Chúng ta đi xem xuất 8 giờ đi. | Let's make the 8 o'clock show. |
| Tối nay hát bóng có hai phim. | There is a double feature tonight. |

Tôi không thích
ngồi quá gần màn
ảnh.

I don't like to sit
too close to the
screen.

Tôi thích đi xem
hát bóng ngoài trời.

I would like to go to
a drive-in movie.

## HÌNH ẢNH

## PHOTOGRAPHY

Phim màu bao
nhiêu tiền?

How much is color
film?

Cuộn phim này còn
chụp được mấy tấm
ảnh nữa?

How many exposures
are left on this
roll?

Ở đây có rửa
phim không?

Do you develop
films here?

Xin Ong rửa dùm
cuộn phim này.

Please develop this
(roll of) film for me.

Rửa ảnh giấy láng
(giấy không láng).

Do it on glossy
(dull) paper.

| | |
|---|---|
| Tôi muốn lấy những bức ảnh này vào ngày mai. | I want these pictures developed for tomorrow. |
| Khi nào tôi đến lấy ảnh được? | When should I come for them? |
| Xin ngừng (lại đây) một phút, tôi muốn chụp một tấm ảnh. | Please stop (here) a minute, I want to take a picture. |
| Máy ảnh của tôi cần được điều chỉnh. | My camera needs adjusting. |
| Cuộn phim quay không được đúng. | The film does not wind properly. |
| Tấm ảnh bị sai tiêu điểm. | The picture is out of focus. |

DU LỊCH                              TRAVELING

| | |
|---|---|
| Đi ra tàu hỏa (ô-tô-buýt) lối nào? | Which way to the trains (the bus)? |

| | |
|---|---|
| Chỗ bán vé ở đâu? | Where is the ticket office? |
| Xin bán cho tôi một vé khú hồi đi Chicago. | A round trip ticket to Chicago, please. |
| Còn ghế nào trống không? | Are there any seats left? |
| Khi nào tàu hỏa chạy? | When does the train leave? |
| Tôi lấy thời khóa biểu ở đâu? | Where could I get a timetable? |
| Tôi có thể lấy một thời khóa biểu không? | May I have a time-table? |
| Tàu hỏa rời sân ga nào? | Which platform does the train leave from? |
| Tàu hỏa có đi tới ... không? | Does the train go to ...? |
| Tàu hỏa đã tới chưa? | Has the train arrived? |

| | |
|---|---|
| Có phải đây là tàu hỏa tốc hành không? | Is this train an express? |
| Có phải chiếc tàu hỏa này đi ...không? | Is this the right train for ...? |
| Tàu hỏa có ngừng tại ... không? | Does the train stop at ...? |
| Khi nào tàu hỏa sau chạy? | When does the next train leave? |
| Trạm ga nào đây? | What stop is this? |
| Tàu hỏa sẽ ngừng tại đây bao lâu? | How long will the train stop here? |
| Tôi có thể rời tàu hỏa không? | Can I leave the train? |
| Có nên xuống xe không? | Is it worth getting out? |
| Ong có biết chúng ta có đi ngang qua ... không? | Do you know if we pass through...? |

Có ngừng lại dọc
đường không?

Are there any stops
on the trip?

Chúng ta đến đúng
giờ không?

Are we on time?

Không, chúng ta đến
trễ hai mươi phút.

No, we are twenty
minutes late.

Tôi có phải đổi
tàu hỏa không?

Do I have to
change trains?

Có ai ngồi đây
không?

Is anyone sitting
here?

Ghế đó có người rồi.

That seat is taken.

Tôi muốn một ghế
ở gần lối đi (ghế
cạnh cửa sổ).

I want an aisle
seat (window seat).

Có phải đây là toa
xe được hút thuốc
không?

Is this a smoking
car?

Có người ngồi ở
ghế của tôi.

Somebody is
sitting in my seat.

| | |
|---|---|
| Thưa ông, ông có thể dời chỗ dùm không? | Could you move over, please? |
| Tôi có làm trở ngại lối đi của ông không? | Am I in your way? |
| Có luồng gió ở đây. | There is a draft here. |
| Xin kéo mành cửa xuống. | Please pull down the shade. |
| Dây gọi cứu cấp ở đâu? | Where is the emergency cord? |
| Cái cửa bị kẹt. | The door is stuck. |
| Xin vặn đèn lên. | Please turn the light on. |
| Ông mở cửa sổ thêm một chút nhé? | Can you open the window a bit more? |
| Cửa sổ không mở được. | The window does not open. |

| | |
|---|---|
| Ong làm ơn đóng cửa sổ? | Would you shut the window? |
| Có phải toa xe để an ở phía sau không? | Is the dining car in the rear? |
| Toa xe để ngủ ở đâu? | Where is the sleeping car? |
| Chúng ta gần tới đó chưa? | Are we almost there? |
| Còn bao xa? | How much longer is it? |
| Ở đẩy có phu vác để mang mấy bao bị của tôi không? | Is there a porter here to take my bags? |
| Tôi lấy hành lý ra ở đâu? | Where do I check my baggage? |
| Ong để đồ của chúng tôi ở đâu? | Where have you put our things? |
| Ong mang cái này nhé? | Will you carry this? |

| | |
|---|---|
| Ọng tính bao nhiêu mỗi cái? | What do you charge for each piece? |
| Cho người lấy hành lý của tôi ở nhà ga đi. | Have my luggage picked up from the station. |
| Có chỗ để hành lý của tôi không? | Is there room for my luggage? |
| Tôi có hai cái va-li. | I have two valises. |
| Để hành lý của tôi trên giá, dưới ghế. | Put my luggage on the rack, under the seat. |
| Có ô-tô-buýt đi thẳng tới San Diego không? | Is there a direct bus to San Diego? |
| Có chỗ giữ trước trên ô-tô-buýt không? | Are there reserved seats on the bus? |
| Vé khứ hồi có rẻ hơn không? | Is there any saving in a round-trip ticket? |

| | |
|---|---|
| Trạm xe ô-tô-buýt ở đâu? | Where is the bus stop? |
| Bán cho tôi ba vé một bận. | Please give me three one-way tickets. |
| Tôi thích đi ô-tô-buýt hơn đi tàu hỏa. | I prefer a bus to a train. |
| Có chuyến máy bay nào đi Boston hôm nay không? | Is there a flight to Boston today? |
| Và mấy giờ tôi phải có mặt tại phi trường? | And what time must I be at the airport? |
| Hành lý của tôi cân nặng bao nhiêu? | How much does my baggage weigh? |
| Chừng nào máy bay cất cánh? | When do we take off? |

## THỜI TIẾT

## WEATHER

Ở trong nhà nóng quá, vặn quạt máy đi.

It's too hot inside, turn on the fan.

Hôm nay mực độ ẩm thấp cao.

The humidity is high today.

Trời lạnh vào tháng mười một.

It gets cold in November.

Có lẽ ngày mai sẽ có tuyết.

It will probably snow tomorrow.

Trời chớp và sấm sét.

It is lightening and thundering.

Ông thấy thời tiết như thế nào?

How do you like the weather?

Thật là một ngày tốt đẹp!

What a beautiful day!

Trời u ám.

The sky is overcast.

| | |
|---|---|
| Có phải một mùa Thu tốt đẹp không ? | Isn't it a beautiful autumn ? |
| Thật y như mùa hè. | It's just like summer. |
| Trời mưa to. | It's raining hard. |
| Trời hết mưa. | It is clearing. |
| Sẽ có một cuộc bảo tố sấm sét. | We shall have a thunderstorm. |
| Thật là thời tiết thất thường ! | What a change in the weather! |
| Mặt trời đã mọc trở lại. | The sun is coming out again. |
| Có trăng tròn. | There is a full moon. |
| Trời đang mưa ; mang giày cao-su đi. | Put on your rubbers; it's raining. |
| Tôi cần có một cây dù và một áo mưa. | I need an umbrella and raincoat. |

# 7. POLITE PHRASES
# USEFUL EXPRESSIONS

| NHỮNG CÂU NÓI LỊCH THIỆP | POLITE PHRASES |
|---|---|
| Tới rồi. Giữ tiền lẻ đi. | Here you are. Keep the change. |
| Không dám. | Not at all. |
| Xin từ biệt và cám ơn ông nhiều. | Good-by and thanks a lot for everything. |
| Tôi xin ông tha lỗi cho nhé. | I beg your pardon. |

| | |
|---|---|
| Nếu tôi có thể phiền ông. | If I may trouble you. |
| Tôi xin lỗi đã làm phiền ông. | I am sorry to disturb you. |
| Tôi có làm phiền ông không? | Am I disturbing you? |
| Tiếc quá tôi không gặp lại ông trong ngày gần đây được. | It's too bad I won't see you soon again. |
| Tôi hân hạnh được biết ông. | I am pleased to meet you. |
| Tôi rất mừng được quen biết ông. | I was so glad to have met you. |
| Tôi rất hân hạnh. | The pleasure is mine. |
| Tôi có thể gặp ông ở tại nhà không? | May I see you home. |

| | |
|---|---|
| Tôi hy vọng sẽ gặp lại ông. | I hope I'll see you again. |
| Tôi e rằng không có kết quả. | I'm afraid it will not help. |
| Ông Smith gởi lời thăm ông. | Mr. Smith sends his regards. |
| Ông thật là tử tế. | You are very kind. |
| Đừng làm khách. | Don't stand on ceremony. |
| Tôi có thể tự giới thiệu không? | May I introduce myself? |
| Tên ông là gì? | What is your name? |
| Gia đình ông như thế nào? | How is your family? |
| Tôi rất hài lòng. | I can't complain. |
| Xin lỗi. | I'm sorry. |

| | |
|---|---|
| Tôi hy vọng ông không hiểu lầm tôi. | I hope you don't misunderstand. |
| Tôi tên là Nam. | My name is Nam. |
| Vâng, đó là tên tôi. | Yes, that's my name. |
| Tôi đánh vần tên tôi —. | I spell my name —. |
| Tên ông là gì? | What is your name. Sir? |
| Ong Jones nhờ tôi tìm ông. | Mr. Jones asked me to look you up. |
| Tôi muốn gặp ông Brown. | I would like to see Mr. Brown. |
| Phải ông là ông Smith không? | Are you Mr. Smith? |
| Tiếng chào buổi sáng. | Good morning. |
| Tiếng chào buổi trưa. | Good afternoon. |

| | |
|---|---|
| Tiếng chào buổi tối. | Good evening. |
| Tôi hy vọng không làm ông đợi lâu. | I hope I haven't kept you waiting. |
| Tôi xin lỗi đã đến trễ. | I'm sorry I'm late. |
| Tôi có thể giúp ông gì không? | What can I do for you? |
| Đừng bận tâm vì tôi. | Don't trouble your-self on my account. |
| Ông tử tế quá. | That's very kind of you. |
| Không phải vậy sao? | Isn't it so? |
| Rất cám ơn. | Thanks very much. |
| Không có chi. | Don't mention it. |
| Đừng bận tâm. | Don't bother. |
| Không sao. | No harm done. |

| | |
|---|---|
| Xin lỗi, tôi không biết | I'm sorry, I don't know. |
| Tôi có việc gấp. | I'm in a hurry. |
| Đã trễ rồi tôi phải đi ngay. | It's getting late, I must leave now. |
| Đi chơi vui vẻ nhé. | Have a pleasant trip. |
| Tôi sẽ chịu ơn ông nhiều nếu ông ... | I would appreciate it very much if you ... |
| Dầu ông muốn thế nào ... | However you wish ... |
| Ông muốn thế nào ... | Any way you want to ... |
| Đủ rồi. | That's enough. |
| Tốt rồi. | That's fine. |
| Chúc ông mau mạnh. | Get well soon. |

| | |
|---|---|
| Cám ơn đã cho đi nhờ xe. | Thanks for the pleasant ride. |
| Xin nói với em ông là tôi gởi lời thăm. | Remember me to your sister. |
| Tôi xin gởi lời thăm mẹ ông. | Give my regards to your mother. |
| Xin có lời mừng! | Congratulations! |
| Chúc ông nhiều lợi lộc! | Many happy returns! |
| Chúc ông được mạnh khoẻ! | To your health! |
| Chúc ông được may mắn! | Good luck! |
| Giáng Sinh vui vẻ! | Merry Christmas! |
| Năm mới hạnh-phúc! | Happy New Year! |
| Tùy ông. | As you like. |

| | |
|---|---|
| Tôi xin ông tha lỗi cho. | I beg to be excused. |
| Đừng phiền đưa tôi ra cửa. | Don't bother to accompany me (to the door). |
| Ong cho tôi châm nhờ một điếu thuốc nhé? | May I have a light please? |
| Cám ơn, tôi không hút. | Thank you, I don't smoke. |
| Tôi hút thuốc cỏ làm phiền ông không? | Do you mind if I smoke? |
| Xin lỗi ông, tôi không chịu được khói thuốc lá. | Excuse me, I can't bear tobacco smoke. |
| Ong mạnh khoẻ không? | How do you feel? |
| Tôi mạnh, cám ơn ông. | Quite well, thank you. |

| | |
|---|---|
| Ong cứ tự tiện. | Help yourself. |
| Với tất cả lòng thành kính. | With best regards. |

## NHỮNG CÂU VĂN CẦN THIẾT

## USEFUL EXPRESSIONS

| | |
|---|---|
| Chuyện gì đã xảy ra? | What has happened? |
| Chỉ có thế sao? | Is that all? |
| Vâng, chỉ có thế. | Yes, that's all. |
| Muốn gì đây? | What does that mean? |
| Có chuyện gì? | What's the matter? |
| Cái này có nghĩa là gì? | What does this stand for? |
| Được rồi. | This will do. |

| | |
|---|---|
| Chờ tôi ở đây! | Wait for me here! |
| Cô ta như thế nào? | What is she like? |
| Làm y như tôi bảo. | Do what I tell you. |
| Không quan hệ gì. | It doesn't matter. |
| Ông đi với tôi không? | Are you coming with me? |
| Các ông có cùng đi chung không? | Are you (two or more) together? |
| Đến gặp tôi vào ngày mai. | Come and see me tomorrow. |
| Tốt hơn chúng ta nên bắt đầu lại. | We had better start back. |
| Tôi không thể đến được. | It's impossible for me to come. |
| Tôi ra ở ngỏ nào? | Where do I get out? |

| | |
|---|---|
| Xin mời ông ngồi. | Please have a seat. |
| Xin nghe tôi đi. | Listen to me. |
| Chắc tôi đi nhầm đường. | I might lose my way. |
| Coi chừng, xin cẩn thận. | Look out, be careful. |
| Ông nghĩ gì về ... ? | What do you think of ... ? |
| Ông đi đâu đó? | Where are you going? |
| Ông từ đâu đến? | Where are you coming from? |
| Đáng thương không ! | What a pity ! |
| Thật là rủi. | It's very unfortunate. |
| Thật là khó chịu. | It's very annoying. |

| | |
|---|---|
| Không có lý do gì để được miễn thứ. | There is no excuse for it. |
| Ngừng lại đây. | Stop here. |
| Nói với ông ấy đợi một phút. | Tell him to wait a minute. |
| Đây là vợ tôi (chồng tôi). | This is my wife (my husband). |
| Đây là ảnh của vợ tôi. | This is a picture of my wife. |
| Ông có thơ nào ở bên nhà không? | Have you had any letters from home? |
| Chừng nào ông ấy về? | When will he be back? |
| Ông đang ở đâu? | Where are you staying? |
| Đây không phải là áo choàng ngoài (nón) của tôi. | This is not my coat (hat). |

| | |
|---|---|
| Ông có thể cho tôi mượn một cây viết máy không? | Can you lend me a pen? |
| Gọi tắc xi dùm tôi đi. | Call me a taxi. |
| Ông Smith có ở ở nhà không? | Is Mr. Smith at home? |
| Chừng nào ông ấy về? | When will he be back? |
| Ông giúp tôi một việc nhé? | Would you do me a favor? |
| Ông. làm ơn... nhé? | Would you please...? |
| Ông có que diêm không? | Do you have a match? |
| Đừng lo. | Don't worry. |
| Hảy bình tỉnh. | Take it easy. |
| Ông có biết... hay không? | Do you know whether ...? |

# 8. SIGNS IN ENGLISH

| SIGNS IN ENGLISH | BẢN HIỆU BẰNG TIẾNG ANH |
|---|---|
| Stop | Ngừng lại |
| Exit | Ngỏ ra |
| Emergency exit | Ngỏ ra khi nguy cấp |
| Keep off the grass | Đừng đi trên cỏ |
| Keep to the right | Giữ bên phải |
| Restrooms | Nhà vệ sinh |

| | |
|---|---|
| Walk | Đi |
| Don't walk | Đừng đi |
| Wait | Chờ |
| Keep out | Cấm vào |
| Pedestrian crossing | Lối qua đường cho người đi bộ |
| No jaywalking | Cấm đi bộ qua đường nơi không có đèn hiệu |
| Police | Cảnh sát |
| Fire box (alarm) | Hộp báo động khi có hỏa hoạn |
| One way | Đường một chiều |
| Detour | Đường đi vòng |
| Deadend (street) | Đường cùng |

| | |
|---|---|
| No parking | Cấm đậu xe |
| No trespassing | Cấm xâm nhập |
| No smoking | Cấm hút thuốc |
| For rent | Cho thuê |
| Vacancy | Còn chỗ trống |
| Guest rooms | Phòng khách trọ |
| Beware of the dog | Coi chừng chó dử |
| Public (municipal) parking. | Nơi đậu xe công cộng (thuộc về thành phố) |
| Self-service | Tự làm lấy |
| Fragile | Dễ bị vở |
| Handle with care | Xin nhẹ tay |

# 9. WEIGHTS
# AND MEASURES

In American recipes the quantity of
each ingredient is given in volume
measures rather than in weight. The
designations used are: teaspoon, table-
spoon, cup, pint, and quart.

(Sách nấu ăn Mỹ dùng số lượng đo lường
theo dung lượng chứ không theo cân lượng.
Dung lượng được dùng là: muỗng cà phê,
muỗng ăn canh, tách, pint và quart).

These equivalents in the U.S. measure-
ment system will be helpful to you when
you cook:

(Tương đương về cách thức đo lường sau
đây của Mỹ sẽ có ích cho các bạn trong
việc nấu nướng):

| | | |
|---|---|---|
| 3 teaspoon (tsp)<br>muống cà phê | = | 1 tablespoon<br>(tblsp or T )<br>muống ăn canh |
| 16 tablespoons<br>muống ăn<br>canh | = | 1 cup<br>tách |
| 1 cup | = | 8 fluid ounces (oz.) |
| 2 cups | = | 16 ounces =<br>1 pound (lb.) |
| 2 cups | = | 1 pint (pt.) |
| 2 pints | = | 1 quart (qt.) |
| 4 quarts | = | 1 gallon (gal.) |

Metric equivalents for some common
U.S. units of measurement
(Tương đương giữa các đơn vị đo lường
thường thức của Mỹ và đơn vị thước tây)

## WEIGHT
### CAN LƯỢNG

| | | |
|---|---|---|
| 1 ounce | = | 28. 35 grams |
| | | gờ ram |
| 1 pound | = | 454   grams |
| (16 ounces) | | gờ ram |
| 1 ton (2, OOO | = | 9O7. 2O kilograms |
| pounds) | | kí lô |

## LIQUID MEASURE
### DUNG LƯỢNG

| | | |
|---|---|---|
| 1 cup (8 ounces) | = | .237 liter |
| | | lít |
| 1 pint (2 cups) | = | .473 liter |

# LIQUID MEASURE

1 quart ( 2 pints)  =  .946 liter

1 gallon (4 quarts) =  3.785 liters

## DISTANCE
## KHOẢNG CÁCH

1 inch                    =  2.54 centimeters
                             phân tây

1 foot (12 inches) =  .3048 meter
                             thước tây

1 yard (3 feet)     =  .9144 meter
                             thước tây

1 mile (5,280       =  1.609 kilometers
    feet )                   cây số

3290